(இளம் எழுத்தாளர்)

Published in USA by iPAATTI, Inc (www.ipaatti.com).

The author won "Young Tamil Author 2015 – USA" award for this book.

iPAATTI, Inc.

Printed in USA

என் தமிழ்ப் பற்றை வளர்த்தெடுத்த என் பெற்றோர்,

எனக்குத் தமிழ் கற்றுக் கொடுத்த என் தமிழ்ப் பள்ளி

ஆசிரியர்கள், வெளிநாடுகளில் வாழ்ந்தாலும் தமிழை

வளர்க்கப் பாடுபடுபவர்கள் ஆகிய அனைவருக்கும்

இந்தப் புத்தகத்தைக் காணிக்கை ஆக்குவதில்

மகிழ்கிறேன். அனைவருக்கும் நன்றி!

அனன்யா சிரீராம்

ஓர் ஊரில்
கலைச்செல்வி
என்று ஒரு
சிறுமி இருந்தாள்.

சிறுமி = Girl,

புத்திசாலி = Clever

மேலும்,
கலைத்திறன்
மிக்கவள்.

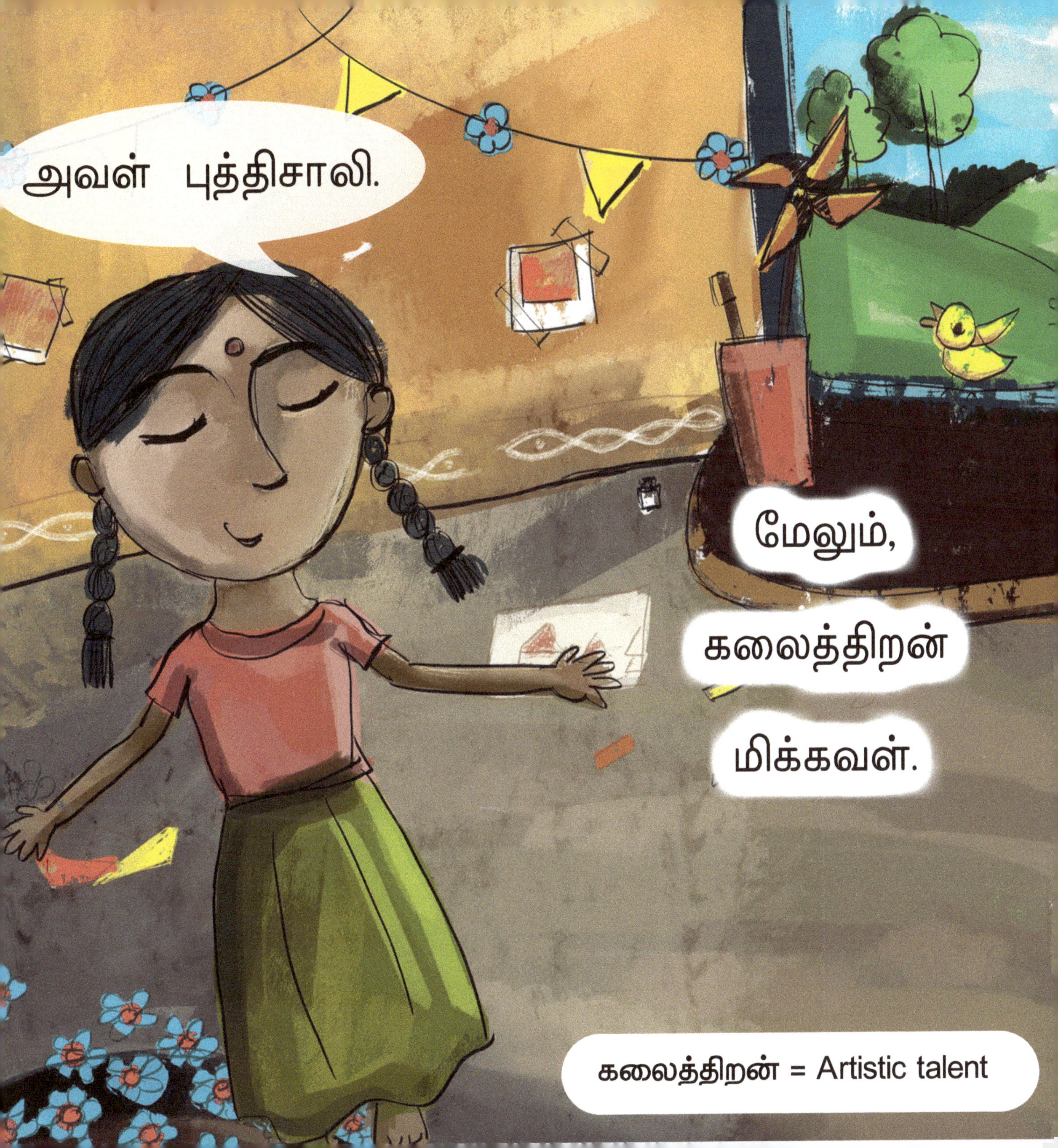

கலைத்திறன் = Artistic talent

ஒரு நாள்

அவள் தங்க

நிற வண்டி

ஒன்று

செய்தாள்.

தங்க நிறம் = Golden color

அந்த வண்டியை யாராலும் தள்ள முடியவில்லை.

"வண்டியை யார்

நகர்த்துகிறார்களோ

.. அவர்களுக்கே
வண்டி!" என்று
அறிவித்தாள்.

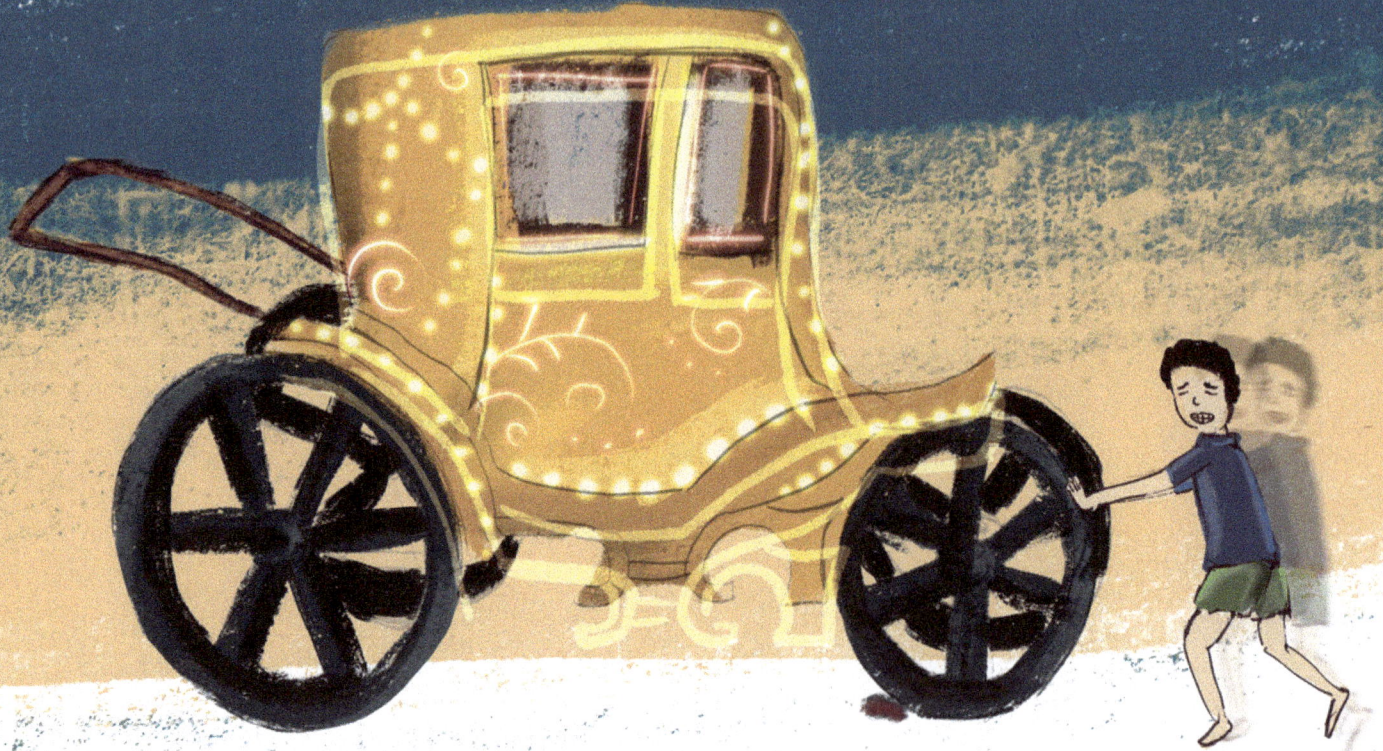

ஒரு சிறுவன் தள்ள

முயன்றான். அவனால்

முடியவில்லை.

சிறுவன் = Boy

ஒரு வணிகர்

முயன்றார். அவராலும்

முடியவில்லை.

வணிகர் = Business man or Merchant

அதன் பிறகு, ஒரு பாட்டி அதைத் தள்ள முயன்றார்.

பாட்டி = Elderly woman

அவரும் தோல்வி

அடைந்தார்.

தோல்வி = Failure

அவளே புத்திசாலி
என்று நினைத்தாள்.

மகிழ்ச்சி = Happy

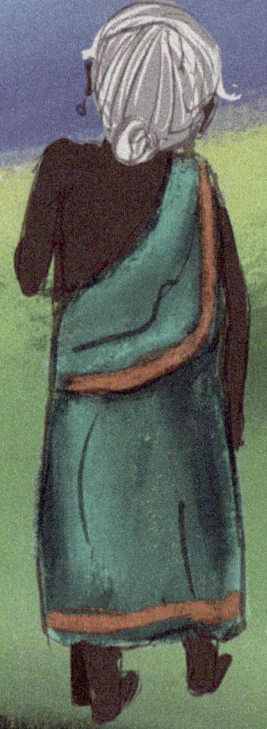

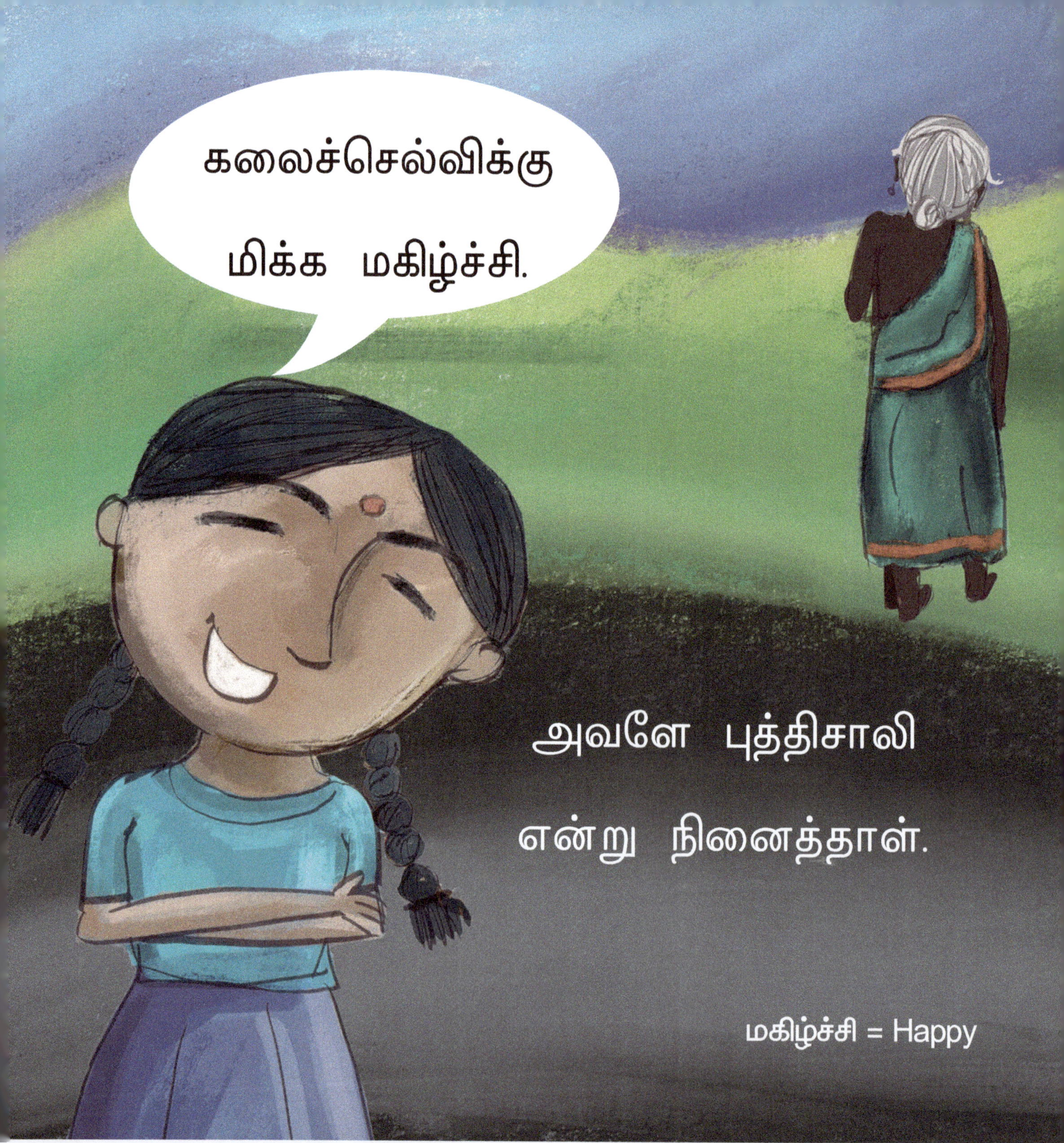

அப்பொழுது, ஒரு குட்டி எலி அவளை நோக்கி ஓடி வந்தது.

அவளை நோக்கி = Towards her

அது கலைச்செல்வியிடம் "என்னால் இந்த வண்டியைத் தள்ள முடியும்!" என்று கூறியது.

கலைச்செல்வி
அந்த எலியிடம்,

"மனிதர்களே தள்ள முடியாத வண்டியை நீ தள்ளப் போகிறாயா?" என்று கேலியாகக் கேட்டாள்.

கேலி = Tease

எலி 'சரி' என்று
கூறி கயிறு
ஒன்றை எடுத்து
வந்தது.

கயிறு = Rope

எலி வண்டியைச்

சுற்றி வந்து

கவனமாகப்

பார்த்தது.

கவனமாக = Careful

அதன்
சக்கரத்தில்
இருந்த ஒரு
சிறிய கல்லை
நகர்த்தியது.

எலி சத்தம்
போட்டு தன்
நண்பர்களை
அழைத்தது.

எலிகள் கயிற்றை வண்டியில் கட்டின.

அதன் பிறகு,

அந்தக் கயிற்றைப்

பிடித்து இழுத்து

வண்டியை வீதியில்

தள்ளின.

வீதி = Street

இதைக் கண்டு
வியப்படைந்த
கலைச்செல்வி,

வியப்பு = Surprise

"உங்களால் முடியாது என்று நான் சொன்னது தவறு.

தவறு = Mistake

இந்த வண்டி உங்களுக்கே சொந்தம்!" என்று கூறினாள்.

எலிகள் மகிழ்ச்சியாக
ஆரவாரம் செய்தன.

அறிவுக் கூர்மையும்,
ஒற்றுமையும் வெற்றி
தரும்!

ஒற்றுமை = Unity

www.ingramcontent.com/pod-product-compliance
Lightning Source LLC
Chambersburg PA
CBHW040253100426
42811CB00011B/1241